Impressum
Verlag: BABADADA GmbH, Nedderfeld 112 , 22529 Hamburg
Geschäftsführer / Verlagsleitung: Harald Hof
Druck: Books on Demand GmbH, In de Tarpen 42, 22848 Norderstedt

Imprint
Publisher: BABADADA GmbH, Nedderfeld 112 , 22529 Hamburg, Germany
Managing Director / Publishing direction: Harald Hof
Print: Books on Demand GmbH, In de Tarpen 42, 22848 Norderstedt, Germany

mokykla

ምህር ቤ

klasė
መማሪያ ክፍል
dalinti
ማካፈል
186/2
lenta
ሰሌዳ
mokyklos kiemas
የትምህርት ቤት ቅጥር ግቢ
mokytojas
መምህር
popierius
ወረቀት
rašyti
መፃፍ
rašiklis
እስክሪብቶ
rašomasis stalas
መፃፊያ ጠረጴዛ
liniuotė
ማስመሪያ
knyga
mokinys
ተማሪ

kuprinė

የጀርባ ቦርሳ

penalas

የእርሳስ መያዣ

pieštukas

እርሳስ

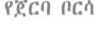

drožtukas

የእርሳስ መቅረጫ

trintukas

ላጲስ

piešimo bloknotas

የስዕል ደብተር

2 mokykla - ትምህርት ቤት

piešinys

ስዕል

teptukas

የቀለም ብሩሽ

dažų dėžutė

የቀለም ሳጥን

žirklės

መቀስ

klijai

ማጣበቂያ

vadovėlis

መልመጃ ደብተር

namų darbai

የቤት ስራ

numeris

ቁጥር

pridėti

መደመር

atimti

መቀነስ

dauginti

ማባዛት

skaičiuoti

ቁጥሮችን ማስላት

raidė

ደብዳቤ

abėcėlė

ፊደላት

žodis

ቃል

tekstas

ፅሑፍ

skaityti

ማንበብ

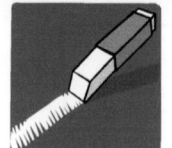

kreida

ጠመኔ

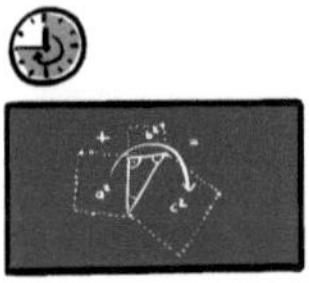

pamoka

ትምህርት

dienynas

ምዝገባ

egzaminas

ፈተና

pažymėjimas

ሰርተፊኬት

mokyklinė uniforma

የትምህርት ቤት የደንብ ልብስ

išsilavinimas

ትምህርት

enciklopedija

አዉደ ጥበብ

universitetas

ዩኒቨርስቲ

mikroskopas

የምርምር አጉሊ መሳርያ

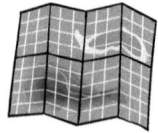

žemėlapis

ካርታ

šiukšliadėžė

የቆሻሻ ወረቀት መጣያ ቅርጫት

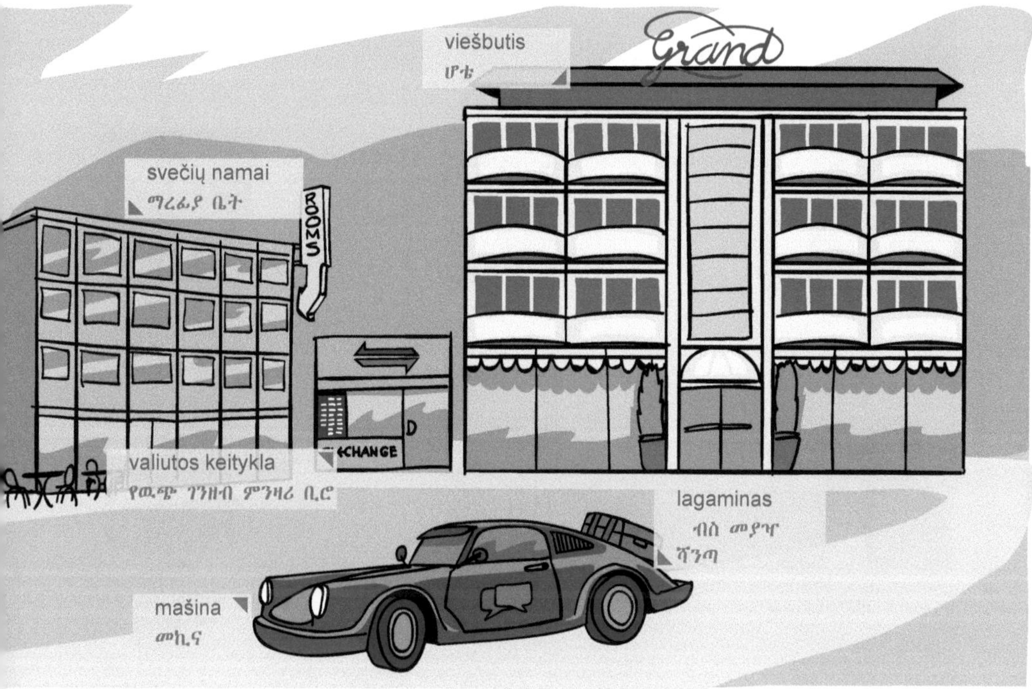

viešbutis
ሆቴ
Grand
svečių namai
ማረፊያ ቤት
ROOMS
CHANGE
valiutos keitykla
የዉጭ ገንዘብ ምንዛሪ ቢሮ
lagaminas
ብስ መያዣ
ሻንጣ
mašina
መኪና

kalba

ቋንቋ

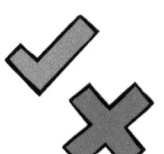

taip / ne

አዎ/ አይደለም

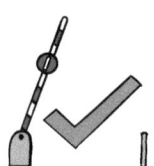

Gerai

እሺ

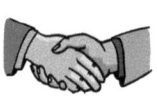

sveiki

ሰላም

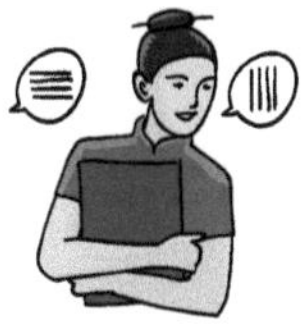

vertėjas raštu

አስተርጓሚ

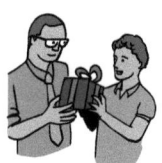

Ačiū

አመሰግናለሁ

kiek kainuoja...?

ስንት ነዉ.......?

aš nesuprantu

አልገባኝም

problema

እክል

Labas vakaras!

እንደምን አመሹ!

Labas rytas!

እንደምን አደሩ!

Labos nakties!

መልካም ምሽት!

viso gero

ደህና ይሰንብቱ

kryptis

አቅጣጫ

bagažas

ሻንጣ

krepšys

ቦርሳ

kuprinė

የጀርባ ቦርሳ

svečias

እንግዳ

kambarys

ክፍል

miegmaišis

የመተኛ ቦርሳ

palapinė

ድንኳን

turizmo informacija

የጎብኚዎች መረጃ

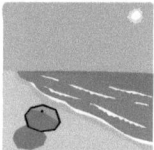

paplūdimys

የባህር ዳርቻ

kreditinė kortelė

ክሬዲት ካርድ

pusryčiai

ቁርስ

pietūs

ምሳ

vakarienė

እራት

bilietas

ቲኬት

liftas

አሳንሰር

pašto ženklas

ማህተም

siena

ድንበር

muitinė

ባህሎች

ambasada

ኤምባሲ

viza

ቪዛ/የይለፍ ወረቀት

pasas

ፓስፖርት

transportas

መጓጓዣ

lėktuvas
አዉሮፕላን
laivas
መርከብ
gaisrinė mašina
የ ሳት አደጋ መኪና
autobusas
አዉቶብስ
sunkvežimis
የጭነት መኪና
motorinė valtis
የሞተር ጀልባ
motociklas
ብስክሌት
mašina
መኪና

keltas
የማመላለሻ ጀልባ

valtis
ጀልባ

mopedas
የሞተር ብስክሌት

policijos automobilis
የ ሊስ መኪና

lenktyninis automobilis
የዉድድር መኪና

nuomojamas automobilis
የኪራይ መኪና

bendras automobilio
naudojimas

የመኪና መጋራት

techninės pagalbos
automobilis

ጎታች መኪና

šiukšliavežė

የቆሻሻ ጭነት መኪና

variklis

ሞተር

degalai

ነዳጅ

degalinė

የቤንዚን ማደያ

kelio ženklas

የመንገድ ምልክት

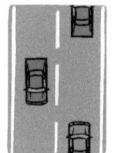

eismas

የመኪኖች እንቅስቃሴ

eismo spūstis

የመኪና መጨናነቅ

mašinų stovėjimo aikštelė

የመኪና ማቆሚያ

traukinių stotis

የባቡር ጣቢያ

bėgiai

የባቡር ሀዲዶች

traukinys

ባቡር

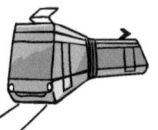

tramvajus

የኤሌክትሪክ ባቡር

vagonas

ሰረገላ

sraigtasparnis

ሄሊኮፕተር

oro uostas

አየር ማረፊያ

bokštas

ማማ

keleivis

መንገደኛ

konteineris

ማስቀመጫ፤ ማጠራቀሚያ

dėžė

ካርቶን እቃ ማሸጊያ

vežimėlis

ጋሪ፤ ተሳቢ

krepšys

ቅርጫት

pakilti / nusileisti

መነሳት/ ማረፍ

miestas

ከተማ

kaimas

መንደር

miesto centras

የከተማ ማዕከል

namas

ቤት

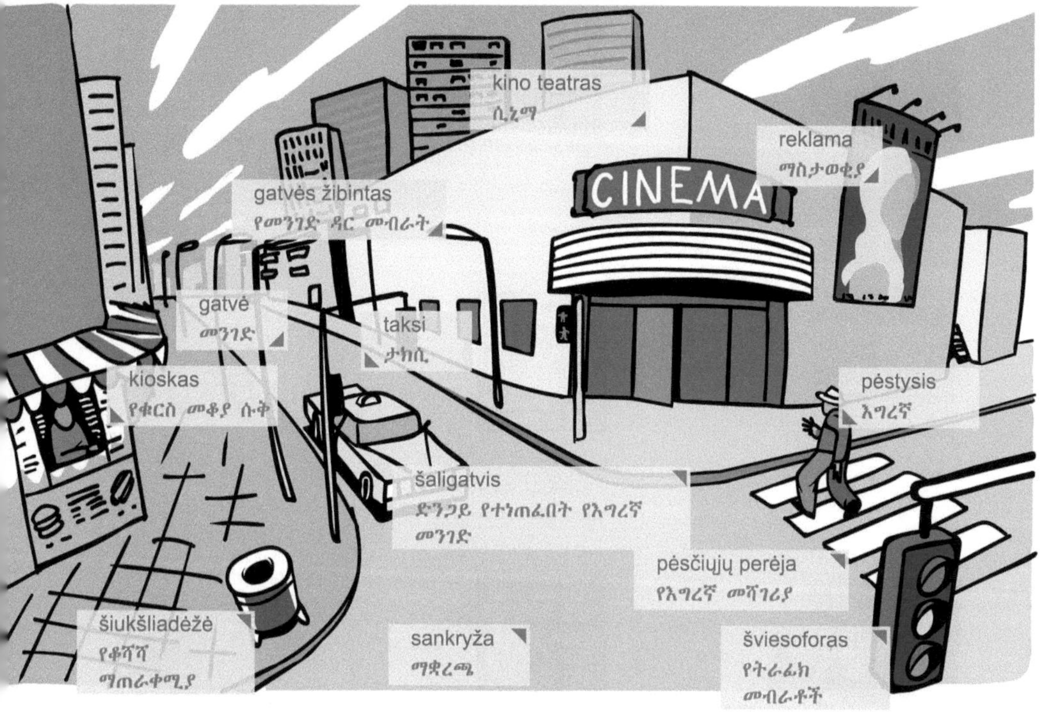

kino teatras
ሲኒማ
CINEMA
reklama
ማስታወቂያ
gatvės žibintas
የመንገድ ዳር መብራት
gatvė
መንገድ
taksi
ታክሲ
kioskas
የቁርስ መቆያ ሱቅ
pėstysis
እግረኛ
šaligatvis
ድንጋይ የተነጠፈበት የእግረኛ መንገድ
pėsčiųjų perėja
የእግረኛ መሻገሪያ
šiukšliadėžė
የቆሻሻ ማጠራቀሚያ
sankryža
ማቋረጫ
šviesoforas
የትራፊክ መብራቶች

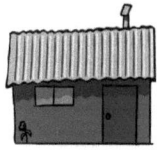

trobelė

ጎጆ

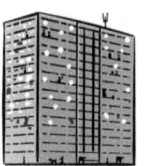

butas

አፓርታማ

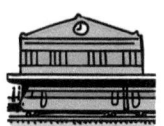

traukinių stotis

የባቡር ጣቢያ

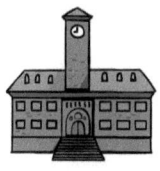

rotušė

የከተማ አዳራሽ

MUSEUM

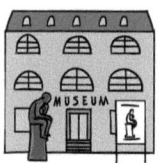

muziejus

ቤተ መዘክር

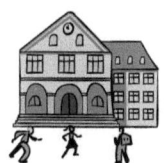

mokykla

ትምህርት ቤት

universitetas

ዩኒቨርስቲ

bankas

ባንክ

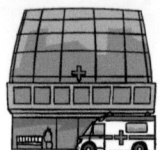

ligoninė

ሆስፒታል

viešbutis

ሆቴል

vaistinė

መድሐኒት ቤት

biuras

ቢሮ

knygynas

መፅሐፍ መሸጫ

parduotuvė

ሱቅ

gėlių parduotuvė

የአበባ መሸጫ

prekybos centras

የሸቀጣ ሸቀጥ መደብር

turgus

ገበያ ስፍራ

universalinė parduotuvė

መደብር

žuvies parduotuvė

የዓሳ ነጋዴ

prekybos centras

የገበያ ማዕከል

uostas

ወደብ

parkas

መናፈሻ ቦታ

suoliukas

አግዳሚ ወንበር

tiltas

ድልድይ

laiptai

ደረጃዎች

metro

ዉስጥ ለዉስጥ

tunelis

ዋሻ

autobusų stotelė

የአዉቶቡስ ፌርማታ

baras

ባር

restoranas

ምግብ ቤት

lauko pašto dėžutė

የፖስታ ሳጥን

kelio ženklas

የመንገድ ምልክት

parkomatas

የመኪና ማቆሚያ ሒሳብ የሚያሰላ
ማሽን

zoologijos sodas

የደር እንስሳት ማቆያ

baseinas

የመዋኛ ገንዳ

mečetė

መስጊድ

ūkininko ūkis

እርሻ

tarša

የሚበክል ነገር

kapinės

መቃብር ስፍራ

bažnyčia

ቤተ ክርስቲያን

žaidimų aikštelė

መጫወቻ ሜዳ

šventykla

ቤተ መቅደስ

kraštovaizdis

መልከዓምድር

lapas
ቅጠል
kelio rodyklė
የመንገድ ላይ ምልክት
kelias
መንገድ
pieva
አረንጓዴ መስክ
akmuo
ድንጋይ
ėjikas
በእግሩ የሚጓዝ
medis
ዛፍ
upė
ወንዝ
žolė
ሳር
gėlė
አበባ

slėnis

ሸለቆ

kalva

ኮረብታ

ežeras

ሀይቅ

miškas

ጫካ

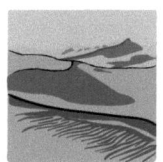

dykuma

በረሃ

ugnikalnis

እሳተ ገሞራ

pilis

ግምብ

vaivorykštė

ቀስተ ዳመና

grybas

እንጉዳይ

palmė

የቴምብር ዛፍ/ ዘንባባ

uodas

ቢንቢ/ የወባ ትንኝ

musė

በራሪ

skruzdėlė

ጉንዳን

bitė

ንብ

voras

ሸረሪት

vabalas

ጢንዚዛ

varlė

እንቁራሪት

voverė

ሽኮኮ

ežys

ጃርት

kiškis

ጥንቸል

pelėda

ጉጉት ወፍ

paukštis

ወፍ

gulbė

የዉሃ ዳክዬ

šernas

ከርከሮ

elnias

አጋዘን

briedis

አጋዘን

užtvanka

ግድብ

vėjo jėgainė

በነፋስ የሚሽከረከር

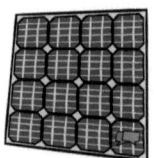

saulės baterija

የፀሀይ ፓኔሎ

klimatas

አየር ንብረት

restoranas

ምግብ ቤት

padavėjas
አስተናጋጅ
meniu
ማዉጫ
kėdė
ወንበር
sriuba
ሾርባ
pica
stalo įrankiai
መክተፊያ
staltiesė
የጠረጴዛ ጨርቅ

užkandis

የምግብ ፍላጎትን የሚከፍት ምግብ

pagrindinis patiekalas

ዋና ምግብ

desertas

ማጣጣሚያ ተከታይ ምግብ

gėrimai

መጠጦች

maistas

ምግብ

butelis

ጠርሙስ

greitai pateikiamas maistas

ፈጣን ምግብ

gatvės maistas

የመንገድ ምግብ

arbatinukas

የሻይ ማንቆርቆሪያ

cukrinė

የስኳር እቃ

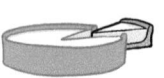

porcija

ድርሻ

espreso aparatas

የቡና ማፊያ ማሽን

aukšta kėdė

ባለጌ ወንበር

sąskaita

የክፍያ ደረሰኝ

padėklas

ትሪ

peilis

ቢላዋ

šakutė

ሹካ

šaukštas

ማንኪያ

arbatinis šaukštelis

የሻይ ማንኪያ

servetėlė

ልብስ ምግብ እንዳይነካ የሚረዳ ጨርቅ

stiklinė

ብርጭቆ

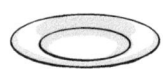

lėkštė

ዝርግ ሰሀን

sriubos lėkštė

የሾርባ ጎድጓዳ ሰሀን

padėklas

የስኒ ማስቀመጫ

padažas

ማጣፈጫ ስጎ

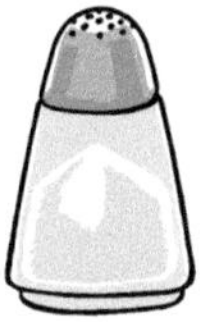

druskinė

የጨዉ እቃ

pipirų malūnėlis

የተፈጨ ቃሪያ

actas

ኮምጣጤ

aliejus

የምግብ ዘይት

prieskoniai

ቀመማ ቅመሞች

kečupas

የቲማቲም ድልህ

garstyčios

ሰናፍጭ

majonezas

ማዮኒዝ

prekybos centras
የሽቀጣ ሸቀጥ መደብር

specialus pasiūlymas
ልዩ አቅራቦት
FOR
pirkėjas
ደምበኛ
pieno produktai
የወተት ተዋፅዖ
vaisiai
ፍራፍሬ
troleibusas
ባለ ጎማ የእጅ ጋሪ

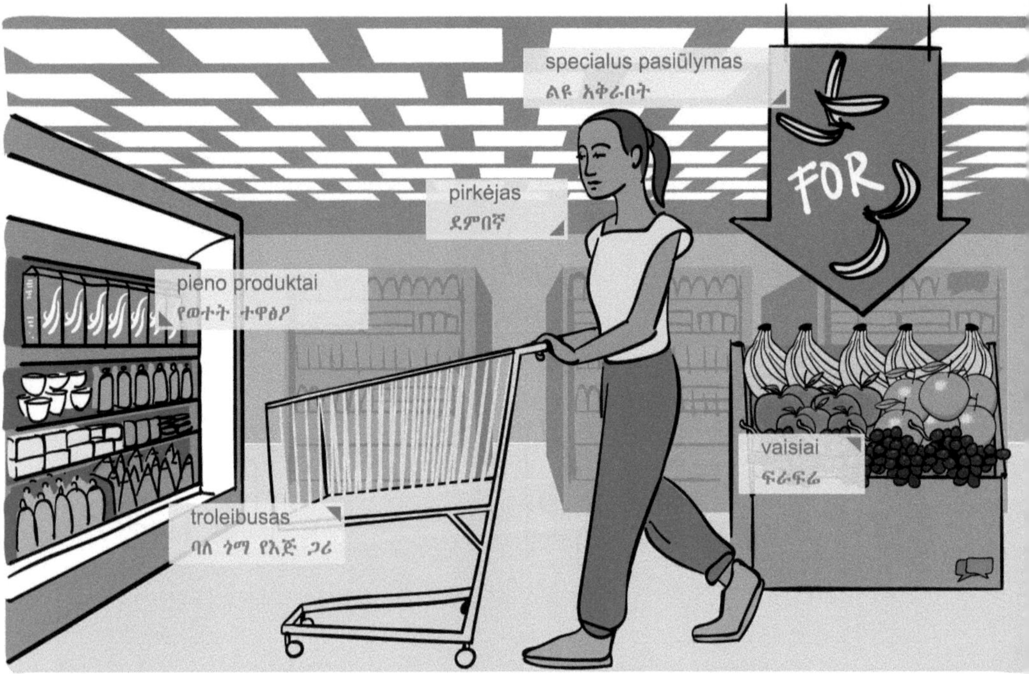

mėsos parduotuvė

ሉካንዳ ነጋዴ

kepykla

መጋገርያ

sverti

ክብደት መመዘን

daržovės

ቅጠላ ቅጠል አትክልት

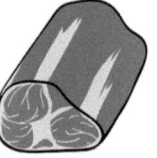

mėsa

ስጋ

šaldytas maistas

የቀዘቀዘ/የረጋ ምግብ

šalti mėsos užkandžiai

ቀዝቃዛ ቁራጭ

konservai

የታሸገ ምግብ

skalbimo milteliai

የማጠቢያ ዱቄት

saldumynai

ጣፋጮች

ūkinės prekės

የቤት ዉስጥ ዉጤቶች

valymo priemonės

የፅዳት ምርቶች

pardavėja

የሽያጭ ባለሙያ

kasos aparatas

የገንዘብ መመዝቢያ ማሽን

kasininkas

የሒሳብ ሰራተኛ

pirkinių sąrašas

የግዢ ዝርዝር

darbo valandos

ክፍት ሰዓታት

piniginė

የኪስ ቦርሳ

kreditinė kortelė

ክሬዲት ካርድ

maišelis

ቦርሳ

plastikinis maišelis

የፕላስቲክ ቦርሳ

gėrimai

መጠጦች

vanduo

ዉሃ

sultys

ጭማቂ

pienas

ወተት

kola

ኮካ-ኮላ

vynas

ወይን

alus

ቢራ

alkoholis

አልኮል

kakava

ኮካ

arbata

ሻይ

kava

ቡና

espresas

የተፈላ ቡና

kapučinas

ካፑቺኖ

bananas
ሙዝ

obuolys
ፖም

apelsinas
ብርቱካን

arbūzas
ሀብሀብ

citrina
ሎሚ

morka
ካሮት

česnakas
ነጭ ሽንኩርት

bambukas
ሸምበቆ

svogūnas
ቀይ ሽንኩርት

grybas
እንጉዳይ

riešutai
ለዉዝ

makaronai
የህፃናት ምግብ

spagečiai

ፓስታ

ryžiai

ሩዝ

salotos

ሰላጣ

traškučiai

የድንች ጥብስ

keptos bulvės

ድንች ጥብስ

pica

ፒዛ

mėsainis

ዳቦ ዉስጥ በስሱ ተጠብሶ የገባ
ስጋ

sumuštinis

ሳንድዊች

pjausnys

ጥሬ ስጋ

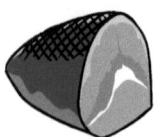

kumpis

የአሳማ ስጋ

saliamis

በቅመምና በጨዉ የታሸ ምግብ
ቀዝቅዞ የሚበላ ሾርባ ምግብ

dešrelė

ቋሊማ

vištiena

ዶሮ

kepsnys

ጥብስ

žuvis

አሳ

avižų dribsniai

የአጃ ገንፎ

dribsniai su priedais

ከወተት ጋር ተደባልቀዉ የሚበሉ
ምግቦች

kukurūzų dribsniai

የበቆሎ ቅርፊት

miltai

ዱቄት

prancūziškasis ragelis

ኩራሳ

bandelė

ድብልብል ዳቦ

duona

ዳቦ

skrebutis

መጥበስ

sausainiai

ብስኩት

sviestas

ቅቤ

varškė

እርጎ

tortas

ኬክ

kiaušinis

እንቁላል

kiaušinienė

እንቁላል ጥብስ

sūris

አይብ

ledai

የበረዶ ክሬም

cukrus

ስኳር

medus

ማር

uogienė

ማርማላት

tepamas šokoladas

የተናጠ የወተት ክሬም

karis

ማጣፈጫ

እርሻ

sodyba
የገበሬ ቤት
klėtis
የእህልና የከብት ማቀመጫ ቤት
šieno kupeta
የጭድ ክምር
laukas
ሜዳ
arklys
ፈረስ
priekaba
ተሳቢ መኪና
traktorius
የእርሻ መኪና
kumeliukas
የፈረስ ውርንጭላ
asilas
አህያ
avis
በግ
ėriukas
የበግ ጠቦት

ožys
....
ፍየል

karvė
....
ላም

veršis
....
ጥጃ

kiaulė
....
አሳማ

paršelis
....
ግልገል አሳማ

bulius
....
ኮርማ

žąsis

ዝይ

antis

ዳክዬ

viščiukas

የዶሮ ጫጩት

višta

ዶር

gaidys

አዉራ ዶሮ

žiurkė

አይጥ

katė

ደድመት

pelė

አይጥ

jautis

በሬ

šuo

ዉሻ

šuns būda

የዉሻ ቤት

sodo namas

የአትክልት ቦታ

laistytuvas

ዉሃ ማጠጫ ባልዲ

dalgis

ረጅም ማጭድ

plūgas

ማረሻ

pjautuvas

ማጭድ

kauptukas

መኮትኮቻ

šakės

የእህል መንሽ

kirvis

መጥረቢያ

statinė

ኩርኩር/ የእጅ ጋሪ

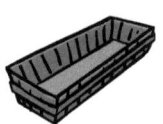

lovys

ገንዳ

bidonas

የወተት ዕቃ

maišas

ጆንያ ከረጢት

tvora

አጥር

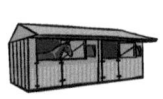

arklidė

የፈረስ ጋጣ

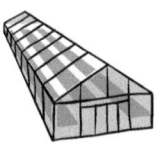

šiltnamis

ዕፅዋት ማሳደጊያ የመስታዉት ቤት

dirva

አፈር

sėkla

ዘር

trąšos

የመሬት ማዳበሪያ

kombainas

ጥምር ማረሻ

rinkti

አዝመራ መሰብሰብ

derlius

አዝመራ

saldžiosios bulvės

ድንች

kviečiai

ስንዴ

soja

ሶያ

bulvė

ድንች

kukurūzai

በቆሎ

rapsai

የከብት መኖ

vaismedis

የፍሬ ዛፍ

manijokas

የካሳቫ ዛፍ

grūdai

እህል

namas

ቤት

kaminas
የጪስ ማዉጫ
stogas
ጣራ
stogvamzdis
አሸንዳ
langas
መስኮት
garažas
ጋራዥ
durų skambutis
የበር ደወል
durys
በር
šiukšlių dėžė
የቆሻሻ ማጠራቀሚያ
pašto dėžutė
ፖስታ ሳጥን
sodas
የአትክልት ቦታ

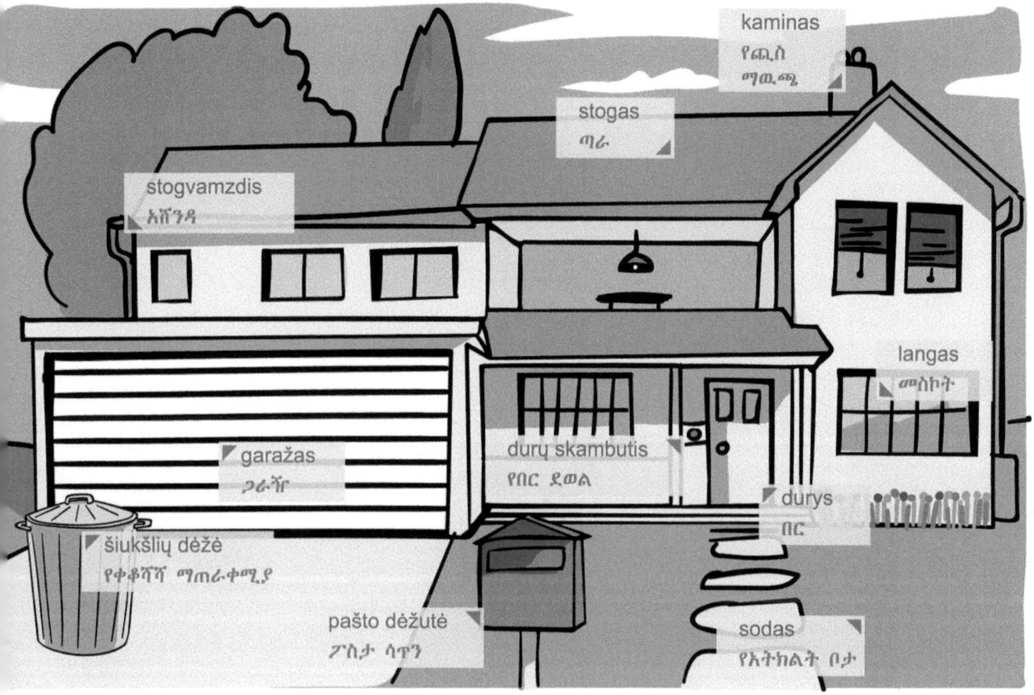

svetainė

ሳሎን

vonios kambarys

መታጠቢያ ቤት

virtuvė

ማድቤት

miegamasis

መኝታ ቤት

vaiko kambarys

የልጅ ክፍል

valgomasis

መመገቢያ ክፍል

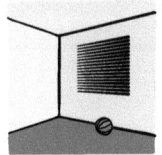

grindys

ወለል

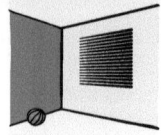

siena

ግድግዳ

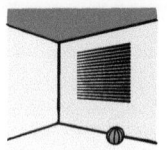

lubos

ጣሪያ

rūsys

ምድር ቤት

sauna

በእንፋሎት ሙቀት መታጠቢያ ቤት

balkonas

ሰገነት

terasa

ከፍ ያለ መደብ

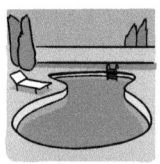

baseinas

የመዋኛ ገንዳ

žoliapjovė

የማጨጃ መኪና

paklodė

አንሶላ

lovatiesė

የአልጋ ልብስ

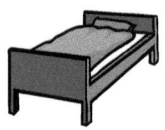

lova

አልጋ

šluota

መጥረጊያ

kibiras

ባልዲ

jungiklis

ማብሪያና ማጥፊያ

svetainė

ሳሎን

tapetai
የ ድ ዳ ወረቀት
nuotrauka
ቶ
šviestuvas
መብራት
lentyna
መደርደ ያ
spintelė
ቁም ሳጥን ካቢኔ
televizorius
ሌቭዥን
židinys
የእሳት መሞቂያ
gėlė
አበባ
pagalvėlė
ትራስ
sofa
ሶ
vaza
የአበባ ማስቀመጫ
nuotolinio valdymo pultelis
ሞት ኮንትሮል

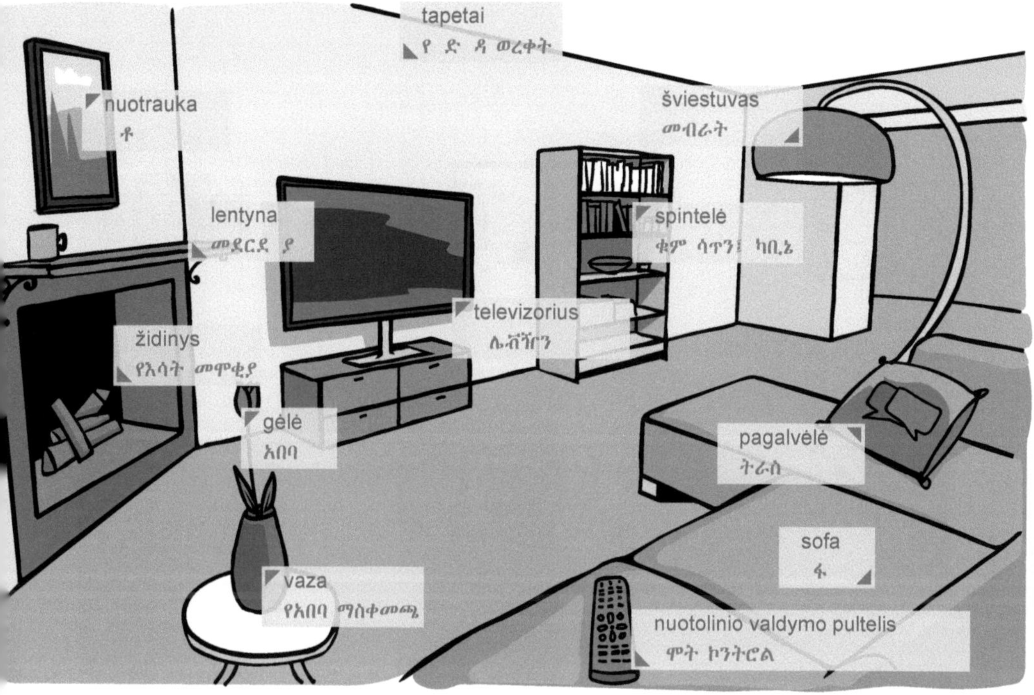

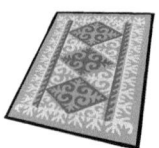

kilimas

ንጣፍ

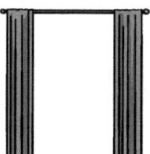

užuolaida

መጋረጃ

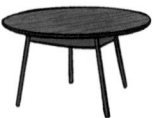

stalas

ጠረጴዛ

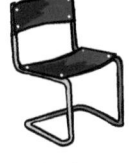

kėdė

ወንበር

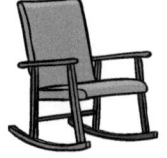

supamasis krėslas

ተወዛዋዥ ወንበር

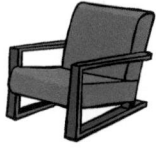

fotelis

ባለመደገፊያ ወንበር

knyga

መጽሐፍ

antklodė

ብርድ ልብስ

papuošimai

ጌጥ

malkos

ማገዶ

filmas

ፊልም

stereo aparatūra

የሙዚቃ መማጫወቻ

raktas

ቁልፍ

laikraštis

ጋዜጣ

paveikslas

ስዕል

plakatas

የተለጠፈ ማስታወቂያ እንደ ስዕል

radijas

ሬዲዮ

užrašų knygelė

ማስታወሻ ደብተር

dulkių siurblys

የአየር ማፅጃ ለምንጣፍ

kaktusas

ቁልቋል

žvakė

ሻማ

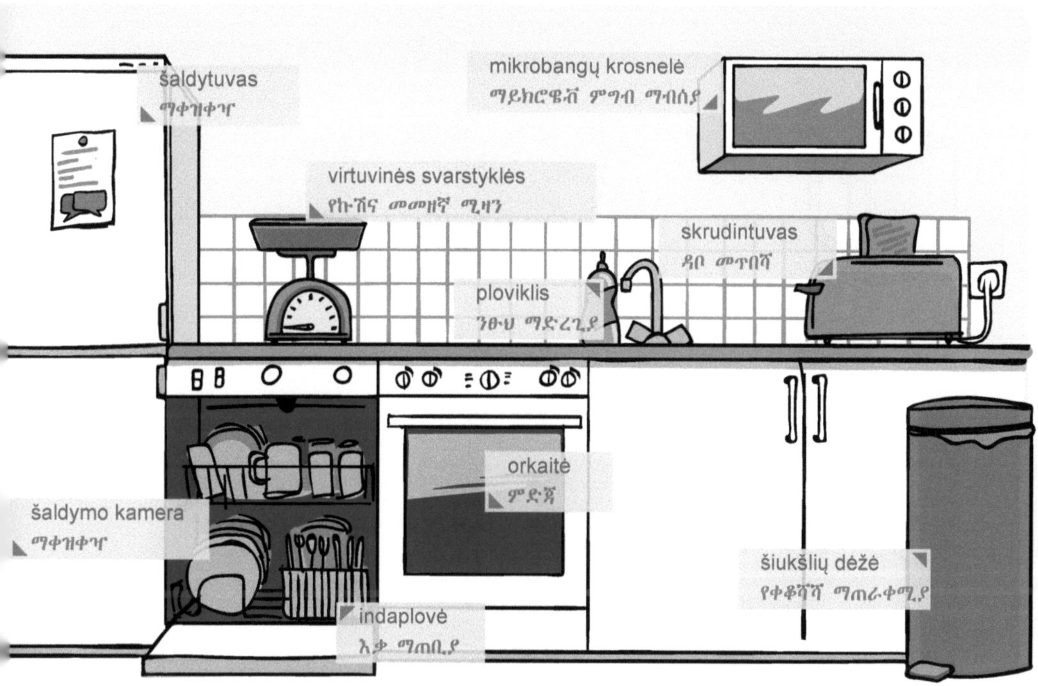

šaldytuvas
ማቀዝቀዣ

mikrobangų krosnelė
ማይክሮዌቭ ምግብ ማብሰያ

virtuvinės svarstyklės
የኩሽና መመዘኛ ሚዛን

skrudintuvas
ዳቦ መጥበሻ

ploviklis
ንፁህ ማድረጊያ

orkaitė
ምድጃ

šaldymo kamera
ማቀዝቀዣ

šiukšlių dėžė
የቆሻሻ ማጠራቀሚያ

indaplovė
እቃ ማጠቢያ

viryklė

ምግብ አብሳይ

puodas

ማሰሮ

ketaus puodas

የብረት ማሰሮ

„wok" keptuvė

ምግብ ማብሰያ ዝርግ ድስት

keptuvė

የምግብ መጥበሻ

virdulys

ማንቆርቆሪያ

garų puodas

የእንፋሎት ማብሰያ

kepimo skarda

የመጋገሪያ ትሪ

porceliano indai

ሰብስቦች

puodelis

ትልቅ ኩባያ

dubuo

ጎድጓዳ ሳህን

valgomosios lazdelės

ቾፕስቲክስ

samtis

ጭልፋ

mentelė

መሰቅሰቂያ ዝርግ ማንኪያ

plaktuvas

ማደባለቂያ

koštuvas

መወጠሪያ

sietas

ወንፊት

trintuvė

መፈርፈሪያ መሳሪያ

grūstuvė

ሲሚንቶ

kepsninė

የፍም ጥብስ

atvira liepsna

የተለቀቀ እሳት

pjaustymo lentelė

መክተፊያ

kočėlas

ተንሸራታች መርፌ

kamščiatraukis

የጠርሙስ መክፈቻ

skardinė

ጣሳ

skardinių atidarytuvas

የጣሳ መክፈቻ

puodkėlė

የማሰሮ መሸፈኛ

kriauklė

ሳህን ማጠቢያ

šepetys

ብሩሽ

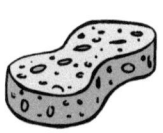

kempinė

ስፖንጅ

trintuvas

መደባለቂያ መሳሪያ

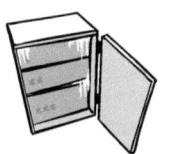

šaldiklis

በጣም ማቀዝቀዣ

kūdikių buteliukas

ጡጦ

čiaupas

ቧንቧ

vonios kambarys

መታጠቢያ ቤት

šildymas
ማሞቂያ
rankšluostis
ፎጣ
dušas
መታጠቢያ
dušo užuolaidos
የመታጠቢያ ቤት መጋረጃ
vonios putos
የአረፋ መታጠቢያ
vonia
የመታጠቢያ ገንዳ
stiklinė
ብርጭቆ
skalbimo mašina
የልብስ ማጠቢያ
čiaupas
ቧንቧ
plytelės
ማዕዘን ወለል
naktinis puodukas
ፖፖ
kriauklė
ሳህን ማጠቢያ

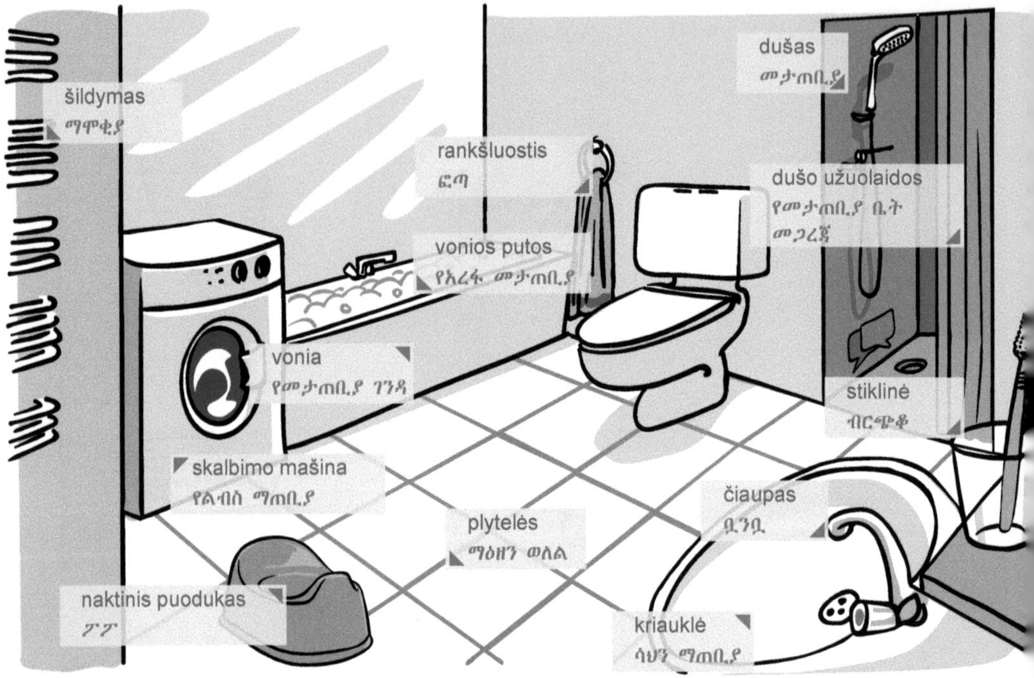

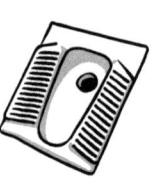

unitazas
ሽንት ቤት

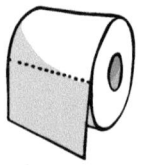

tupimasis unitazas
የሽንት ቤት መቀመጫ

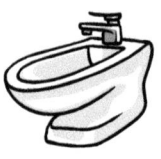

bidė
ሳፋ

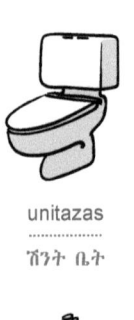

pisuaras
የመንገድ ዳር መሽኛ

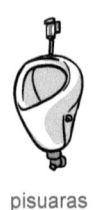

tualetinis popierius
የሽንት ቤት ወረቀት

unitazo šepetys
የሽንት ቤት ማፅጃ ብሩሽ

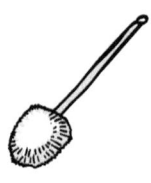

dantų šepetėlis

ጥርስ ብሩሽ

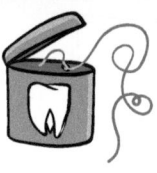

dantų pasta

ጥርስ ሳሙና

dantų siūlas

ጥርስ ማፅጃ ክር

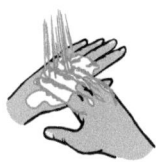

plauti

መታጠብ

dušo galvutė

እጅ መታጠቢያ

higieninis dušas

መታጠቢያ

praustuvas

ጎድጓዳ ሳህን

nugaros plaušinė

ጀርባ ብሩሽ

muilas

ሳሙና

dušo želė

መታጠቢያ ሚዝለገለግ ሳሙና

šampūnas

ፀጉር መታጠቢያ ሳሙና

plaušinė

ለስላሳ ጨርቅ

kanalizacija

ሳሽ

kremas

ክሬም

dezodorantas

ጠረን መቀ ሪያ ንጥረ ነገር

veidrodis

መስታወት

veidrodėlis

የእጅ መስታወት

skustuvas

ምላጭ

skutimosi putos

የመላጫ አረፋ

losjonas po skutimosi

ከመላጨት በኋላ የሚቀባ ሽቱ

šukos

ማበጠሪያ

šepetys

ብሩሽ

plaukų džiovintuvas

የፀጉር ማድረቂያ

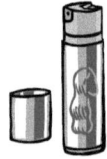

plaukų lakas

በፀጉር ላይ የሚነፋ

makiažas

የፊት መቀባቢያ

lūpdažis

የከንፈር ቀለም

nagų lakas

የጥፍር ቀለም

vata

የጥጥ ሱፍ

žirklutės nagams

ጥፍር መቁረጫ

kvepalai

ሽቶ

maišelis skalbiniams

ማጠቢያ ባልዲ

taburetė

መቀመጫ

svarstyklės

ሚዛን

chalatas

የመታጠቢያ ልብስ

guminės pirštinės

የላስቲክ ጓንት

tamponas

ሞዴስ

higieninis įklotas

የፅዳት ፎጣ

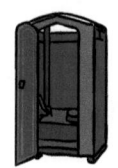

biotualetas

የሽንት ቤት ኬሚካል

vaiko kambarys

የልጅ ክፍል

žadintuvas
pliušinis žaislas
የህፃን አሻንጉሊት
žaislinė mašinėlė
የመጫወቻ መኪና
barškutis
ማንገጫገጫ
መጫወቻ
lėlės namelis
የአሻንጉሊት ቤት
dovana
ስጦታ

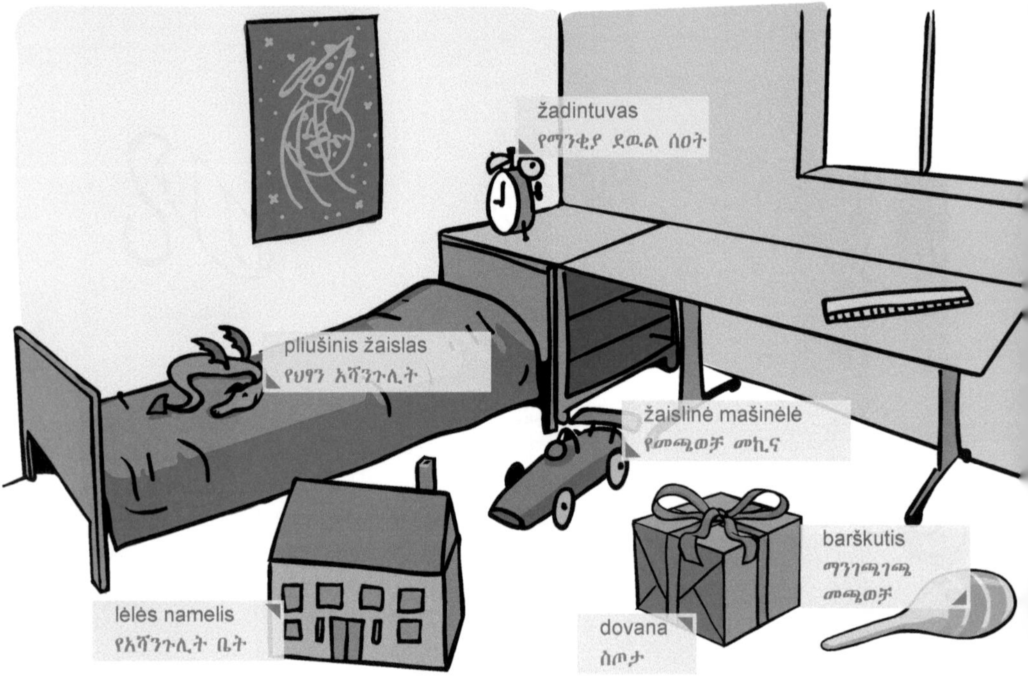

balionas

ፊኛ

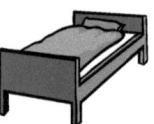

lova

አልጋ

vaikiškas vežimėlis

የህፃን ማንሸራሸሪያ ጋሪ

kortų malka

የካርታ መጫወቻ

delionė

ቁርጥራጭ ምስሎችን የማገጣጠም
እና ምስል የማግኘት ጨዋታ

komiksai

አዝናኝ

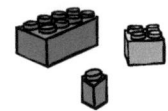

lego kaladėlės

ተገጣጣሚ መጫወቻ

žaislinės kaladėlės

የመጫወቻ መገጣጠሚያዎች

figūrėlė

የድርጊት ምስል

šliaužtinukai

የህፃን እድገት

mėtymo lėkštė

የፕላስቲክ መጫወቻ ዝርግ ሰሀን

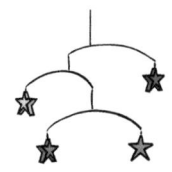

karuselė

ተወዛዋዥ የህፃን ማጫወቻ

stalo žaidimas

የሰሌዳ ጨዋታ

kauliukai

የመጫወቻ ጠጠር

žaislinis traukinys

የመጫወቻ ባቡር

žindukas

የእንጀራ እናት ጡጦ

vakarėlis

ድግስ

paveiksliukų knygelė

የስዕል መፅሀፍ

kamuolys

ኳስ

lėlė

አሻንጉሊት

žaisti

መጫወት

smėlio dėžė

የአሸዋ መጫወቻ

sūpynės

ዥዋዥዌ

žaislai

መጫወቻዎች

žaidimų konsolė

የቪዲዮ መጫወቻ

triratukas

ባለ ሶስት ጎማ ብስክሌት

meškiukas

የአሻንጉሊት ድብ

drabužių spinta

ቁምሳጥን

drabužis

አልባሳት

kojinės

ካልሲዎች

kojinės virš kelių

ስቶኪንጎች

pėdkelnės

ታይት

šalikas
የአንገት ልብስ

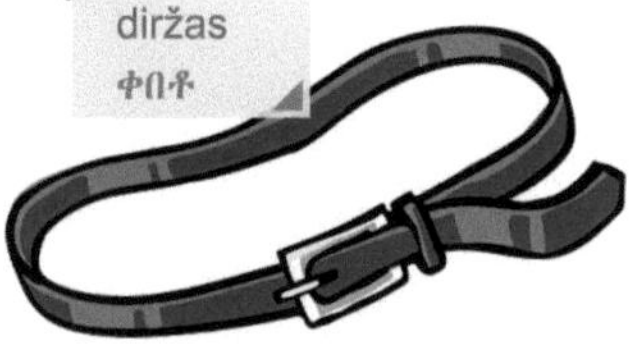

skėtis
ጃንጥላ

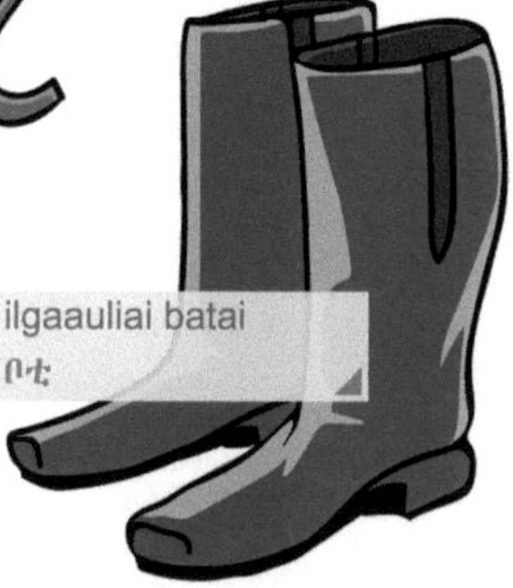

marškinėliai
ከናቴራ

diržas
ቀበቶ

ilgaauliai batai
ቦቲ

sportbačiai
ስኒከሮች

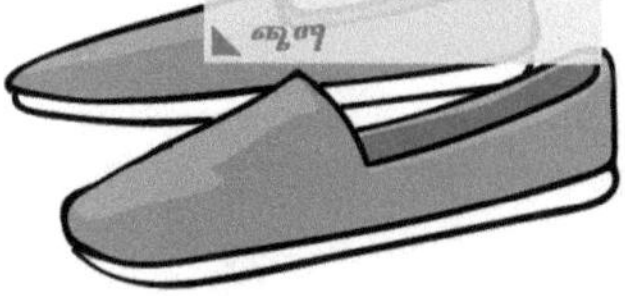

šlepetės
የቤት ዉስጥ ነጠላ ጫማ

sandalai
ነጠላ ጫማዎች

batai
ጫማዎች

guminiai batai
የዝናብ ቡትስ

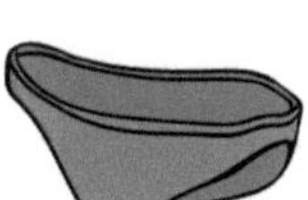

trumpikės
ሙታንታ

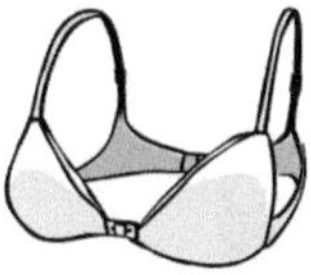

liemenėlė
ጡት መያዣ

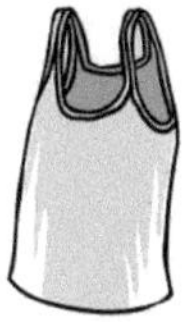

liemenė
ሰደርያ

glaustinukė

ሰዉነት

kelnės

ሱሪዎች

džinsai

ጅንስ

sijonas

ጉርድ ቀሚስ

palaidinė

ሸሚዝ

marškiniai

ሸሚዝ

megztinis

የሚጠለቅ ሹራብ

megztinis su gobtuvu

ሹራብ

švarkelis

ዩኒፎርም ጃኬት

švarkas

ጃኬት

paltas

ኮት

lietpaltis

የዝናብ ኮት

kostiumas

ልብስ

suknelė

ቀሚስ

vestuvinė suknelė

የሙሽራ ቀሚስ

kostiumas

ሱፍ

naktiniai marškiniai

የለሊት ልብስ

pižama

የለሊት ልብስ

saris

ረጅም ቀሚስ

skarelė

ሂጃብ

tiurbanas

ጥምጣም

burka

ቡርቃ

kaftanas

ሽርጥ

abaja

አባያ

maudymosi kostiumėlis

የዋና ልብስ

glaudės

አጭር ቁምጣ

šortai

ቁምጣዎች

sportinis kostiumas

የስራ ቱታ

prijuostė

ሽርጥ

pirštinės

ጓንት

saga

ቁልፍ

akiniai

መነፅር

apyrankė

አምባር

vėrinys

የአንገት ሀብል

žiedas

ቀለበት

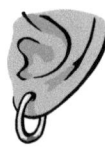

auskaras

የጆሮ ጌጥ

kepurė

ኮፍያ

pakabas

የኮት መስቀያ

skrybėlė

ኮፍያ

kaklaraištis

ከረቫት

užtrauktukas

ዚፕ

šalmas

የብረት ቆብ

breketai

መደገፊያ

mokyklinė uniforma

የትምህርት ቤት የደንብ ልብስ

uniforma

የደንብ ልብስ

seilinukas

መሃረብ

žindukas

የእንጀራ እናት ጡጦ

vystyklai

ሽንት ጨርቅ

biuras

ቢሮ

serveris
ማሰራጫ ጣቢያ
dokumentų spinta
የፋይል መደርደሪያ ካቢኔ
spausdintuvas
የህትመት መሳሪያ
popierius
ወረቀት
vaizduoklis
መቆጣጠሪያ
rašomasis stalas
መፃፊያ ጠረጴዛ
pelė
ማዉዝ
aplankas
ማህደር
klaviatūra
የመፃፊ ቁልፎች
šiukšliadėžė
የቆሻሻ ወረቀት መጣያ ቅርጫት
kėdė
ወንበር
kompiuteris
ኮምፒዉተር

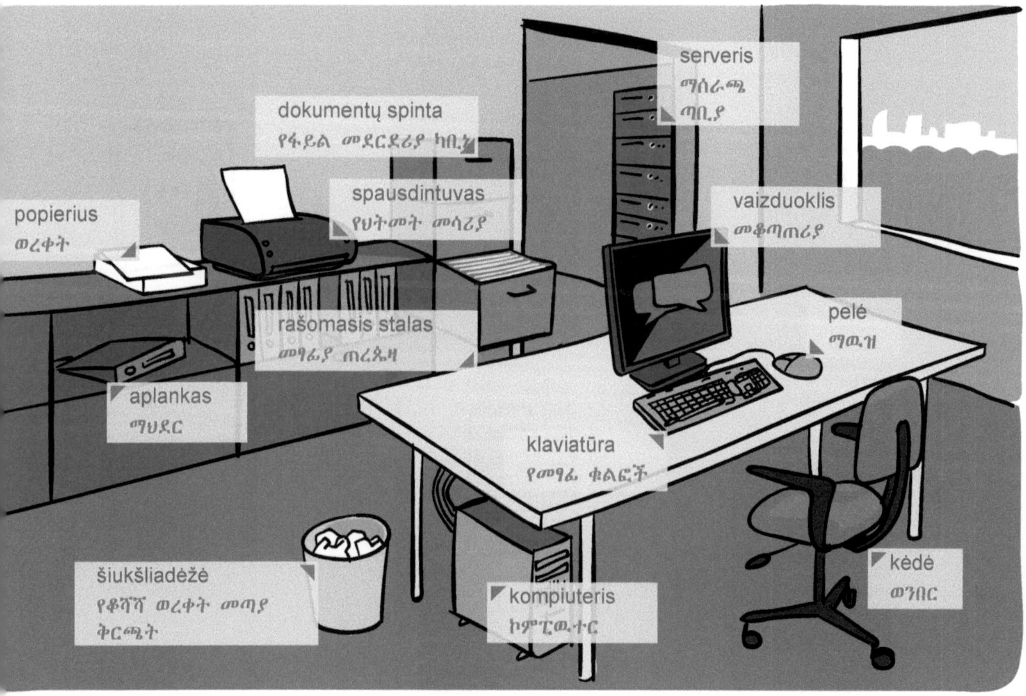

kavos puodelis

የቡና መጠጫ ትልቅ ኩባያ

kalkuliatorius

ማስልያ ማሽን

internetas

ኢንተርኔት

nešiojamasis kompiuteris

ላፕቶፕ

laiškas

ደብዳቤ

žinutė

መልዕክት

mobilusis telefonas

ተንቀሳቃሽ ስልክ

tinklas

የግንኙነት አዉታር

fotokopijavimo aparatas

ማባዣ ማሽን

programinė įranga

ሶፍትዌር

telefonas

ስልክ

kištukinis lizdas

የግድግዳ ሶኬት

faksas

የፋክስ ማሽን

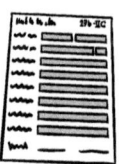

forma

ቅፅ

dokumentas

ሰነድ

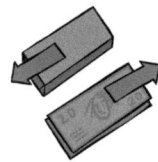

pirkti

መግዛት

mokėti

መክፈል

prekiauti

መነገድ

pinigai

ገንዘብ

USD

doleris

ዶላር

EUR

euras

ዩሮ

JPY

jena

የን

RUB

rublis

ሩብል

CHF

Šveicarijos frankas

የስዊዝ ፍራንክ

CNY

juanis

ሬንሚንቢ ዩዋን

INR

rupija

ሩጲ

bankomatas

የገንዘብ ነጥብ

valiutos keitykla

የዉጭ ገንዘብ ምንዛሪ ቢሮ

auksas

ወርቅ

sidabras

ብር

nafta

ዘይት

energija

ሀይል፤ ጉልበት

kaina

ዋጋ

sutartis

ግንኙነት

mokestis

ቀረጥ

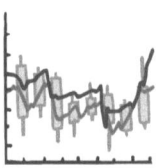

akcijos

አክስዮን

dirbti

መስራት

darbuotojas

ተቀጣሪ

darbdavys

ቀጣሪ

gamykla

ፋብሪካ

parduotuvė

ሱቅ

policininkas
የፖሊስ አዛዥ

ugniagesys
የእሳት አደጋ ሰራተኛ

lakūnas
አብራሪ

virėjas
ምግብ አብሳይ

gydytojas
ከተC

sodininkas

አትክልተኛ

stalius

አናጢ

siuvėja

ልብስ ሰፊ ሴት

teisėjas

ዳኛ

chemikas

ቀማሚ

aktorius

ተዋናይ

autobuso vairuotojas

የአዉቶቢስ ሹፌር

taksi vairuotojas

የታክሲ ሹፌር

žvejys

አሳ አጥማጅ

valytoja

ፅዳት ሰራተኛ

stogdengys

የጣራ ሰራተኛ

padavėjas

አስተናጋጅ

medžiotojas

አዳኝ

dailininkas

ሰዓሊ

kepėjas

ጋጋሪ

elektrikas

የኤሌትሪክ ሰራተኛ

statybininkas

ገምቢ

inžinierius

መሃንዲስ

mėsininkas

ልኳንዳ

santechnikas

የቧንቧ ሰራተኛ

paštininkas

የፖስታ ሰራተኛ

kareivis

ወታደር

architektas

መሃንዲስ

kasininkas

የሒሳብ ሰራተኛ

gėlininkas

አበባ ሻጭ

kirpėjas

የፀጉር ሰራተኛ

konduktorius

ቲኬት ቆራጭ

mechanikas

መካኒክ

kapitonas

ካፒቴን

odontologas

የጥርስ ሐኪም

mokslininkas

ተመራማሪ

rabinas

መምህር

imamas

የሙስሊም ሃይማኖታዊ መሪ

vienuolis

መነኩሴ

kunigas

ካህን

įrankiai

መሳሪያዎች

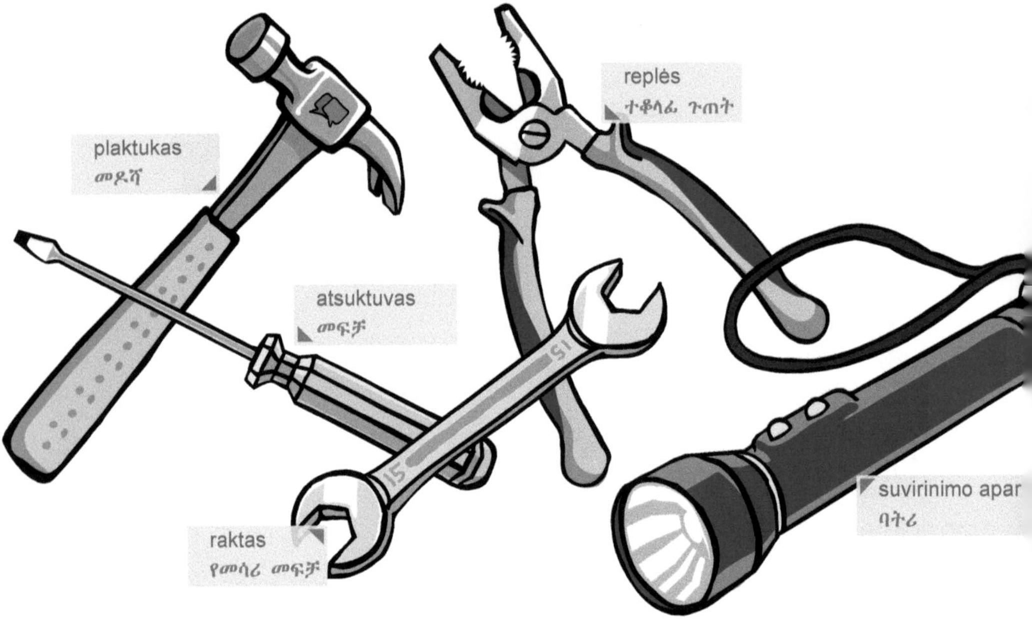

plaktukas
መዶሻ
replės
ተቆላፊ ጉጠት
atsuktuvas
መፍቻ
raktas
የመሳሪ መፍቻ
suvirinimo apar
ባትሪ

ekskavatorius

በቁፋሮ የሚዝቅ

įrankių dėžė

የመፍቻ ሳጥን

kopėčios

መሰላል

pjūklas

መጋዝ

vinys

ምስማር

grąžtas

መሰርሰሪያ

taisyti

መጠገን

kastuvas

አካፋ

Velniava!

የተረገመ!

semtuvėlis

ቆሻሻ ማፈሻ

dažų skardinė

የቀለም ቆርቆሮ

varžtai

ብሎን

muzikos instrumentai
የሙዚቃ መሳሪያዎች

garsiakalbis
የድምፅ ማጉያ መሳርያ
būgnų rinkinys
የከበሮ መሳሪያዎች
gitara
ክራር መሰል የሙዚቃ መሳሪያ
kontrabosas
ድርብ ቤዝ ጊታር
trimitas
የትንፋሽ ሙዚቃ መሳሪያ

pianinas

ፒያኖ

smuikas

ቫዮሊን

bosinė gitara

ወፍራም ፣ ጎርናና ድምፅ ያለዉ
ክራር መሰል ሙዚቃ መሳሪያ

timpanas

ነጋሪት

būgnai

ከበሮ

sintezatorius

በኤሌክትሪክ የሚሰራ ፒኖ

saksofonas

የትንፋሽ ሙዚቃ መሳሪያ

fleita

ዋሽንት

mikrofonas

የድምፅ ማጉያ

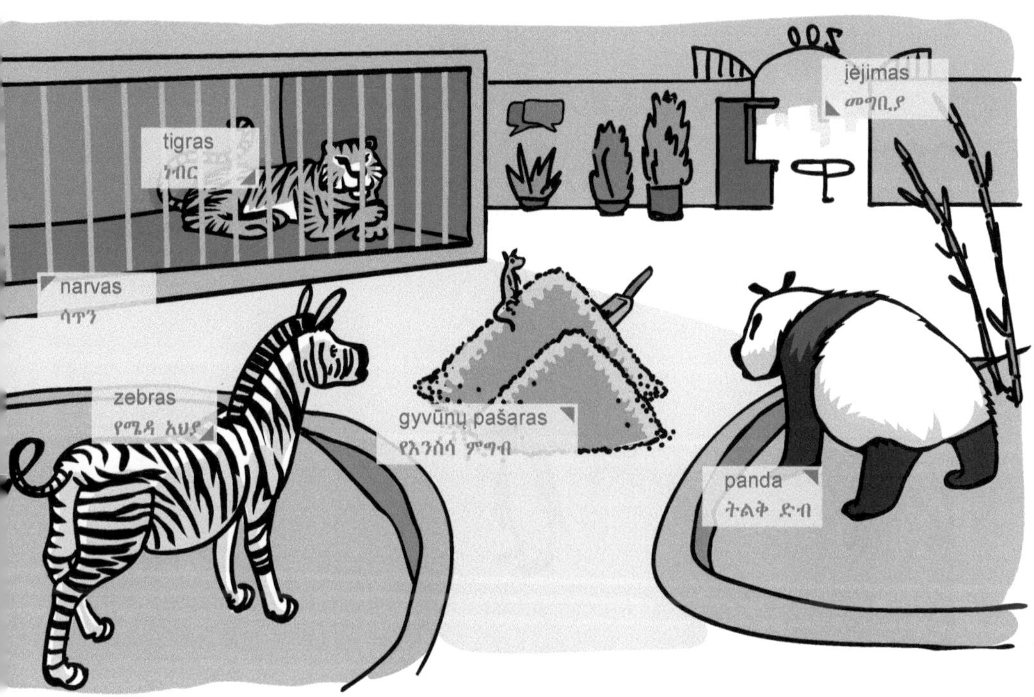

tigras
ነብር

narvas
ባጥን

zebras
የሜዳ አህያ

gyvūnų pašaras
የእንስሳ ምግብ

jėjimas
መግቢያ

panda
ትልቅ ድብ

gyvūnai

እንስሳቶች

dramblys

ዝሆን

kengūra

ካንጋሮ

raganosis

አዉራሪስ

gorila

ትልቅ ዝንጀሮ

meška

ድብ

kupranugaris

ግመል

strutis

ሰጎን

liūtas

አንበሳ

beždžionė

ጦጣ

flamingas

ቅልጥመ ረዥም ወፍ

papūga

በቀቀን

baltoji meška

የወዋልታ ድብ

pingvinas

የዋልታ ወፎች

ryklys

ረጅም ጥርሶች ያሉትአሳ ነባሪ

povas

ጣዎስ

gyvatė

እባብ

krokodilas

አዞ

zoologijos sodo prižiūrėtojas

የዱር አራዊት የሚጠበቁበት
ማቆያን የሚጠብቅ

ruonis

አሳ በሊታ የባህር እንስሳ

jaguaras

የዱር ድመት

ponis

ድንክ ፈረስ

leopardas

ነብር

begemotas

ጉማሬ

žirafa

ቀጭኔ

erelis

ንስር

šernas

ከርከሮ

žuvis

አሳ

vėžlys

የባህር ኤሊ

vėplys

የባህር አውሬ

lapė

ቀበሮ

gazelė

የሜዳ ፍየል ፤ ሚዳቋ

amerikietiškas futbolas
የ ሜሪካ እግርኳስ

dviračių sportas
የ ስክሌት ስፖርት

tenisas
ቴኒስ

krepšinis
የ ርጫት ኳስ

plaukimas
ዋና

ledo ritulys
የበረዶ ላይ የገና ጨዋታ

boksas
የቡጢ ስፖርት

futbolas
እግር ኳስ

badmintonas
የላባ ኳስ ጨዋታ

atletika
ትሌቲክስ

rankinis
የእጅ ኳስ ስፖርት

slidinėjimas
የበረዶ መንሸራተት ስፖርት

polas
ፈረስ ግልቢያ

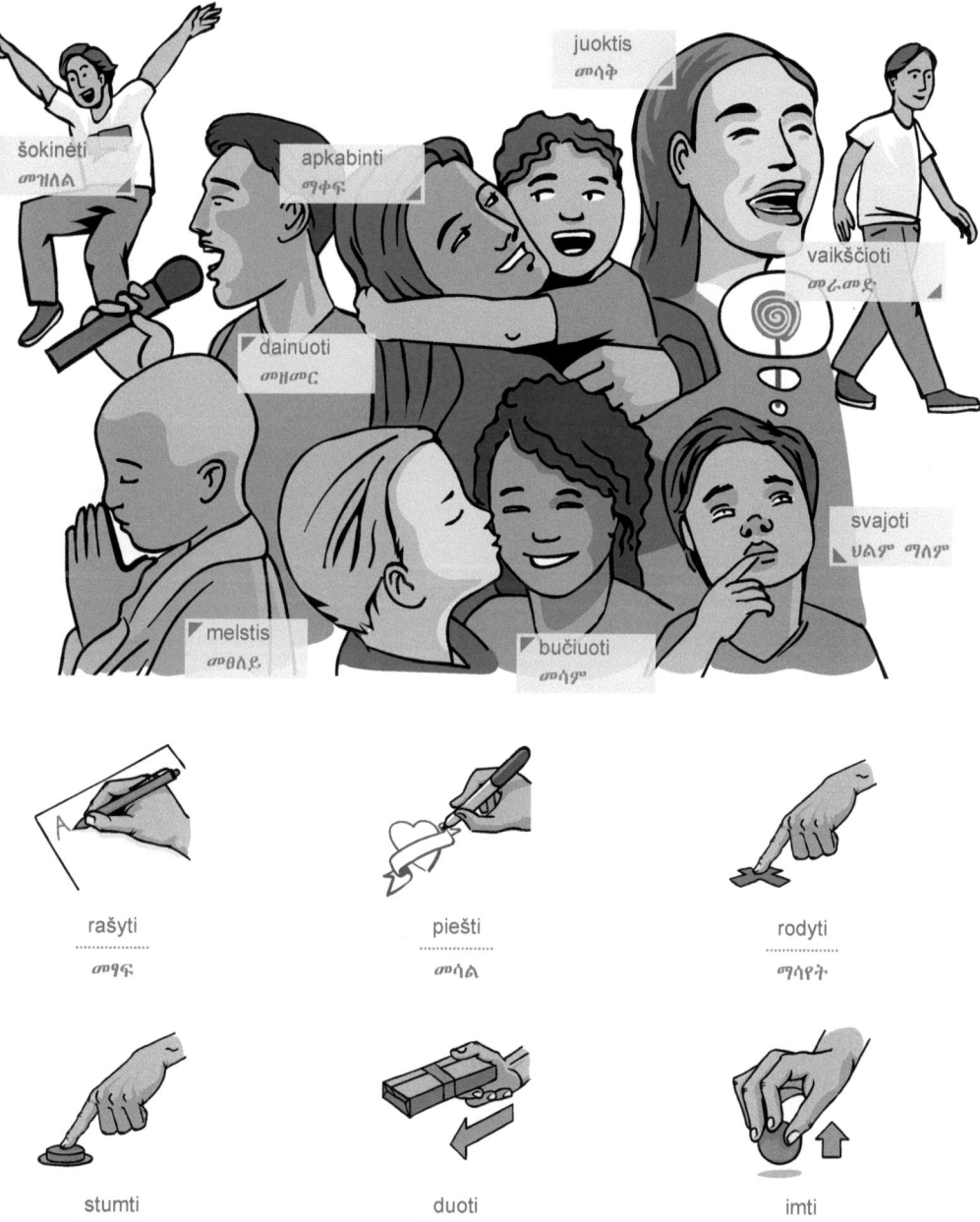

užsiėmimai

እንቅስቃሴዎች

šokinėti
መዝለል
apkabinti
ማቀፍ
juoktis
መሳቅ
vaikščioti
መራመድ
dainuoti
svajoti
ህልም ማለም
melstis
መፀለይ
bučiuoti
መሳም

rašyti

መፃፍ

piešti

መሳል

rodyti

ማሳየት

stumti

መግፋት

duoti

መስጠት

imti

መዉሰድ

turėti

መያዝ

daryti

ማድረግ

būti

መሆን

stovėti

መቆም

bėgti

መሮጥ

traukti

መሳብ

mesti

መወርወር

kristi

መዉደቅ

meluoti

መዋሸት

laukti

መጠበቅ

nešti

መሸከም

sėdėti

መቀመጥ

rengtis

መልበስ

miegoti

መተኛት

pabusti

መንቃት

žiūrėti

መመልከት

verkti

ማለቀስ

glostyti

መጫር

šukuoti

ማበጠር

kalbėti

ማዉራት

suprasti

መረዳት

paklausti

ጥያቄ

klausytis

ማዳመጥ

gerti

መጠጣት

valgyti

መብላት

tvarkytis

ማንፃት

mylėti

ማፍቀር

gaminti

ምግብ ማብሰል

vairuoti

መንዳት

skristi

መብረር

buriuoti

መርከብ መንዳት

skaičiuoti

ቁጥሮችን ማስላት

skaityti

ማንበብ

mokytis

መማር

dirbti

መስራት

vesti

ማግባት

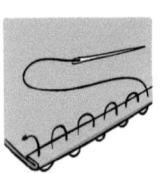

siūti

መስፋት

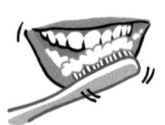

valytis dantis

ጥርስ መቦረሽ

žudyti

መግደል

rūkyti

ማጨስ

siųsti

መላክ

senelė
የሴት አያት

senelis
የወንድ አያት

tėvas
አባት

motina
እናት

kūdikis
ህፃን

dukra
ሴት ልጅ

sūnus
ወንድ ልጅ

svečias

እንግዳ

teta

አክስት

dėdė

አጎት

brolis

ወንድም

sesuo

እህት

kūnas

አካል

kakta
ግንባር
akis
አይን
petys
ትከሻ
pirštas
ጣት
veidas
ፊት
smakras
አገጭ
plaštaka
እጅ
koja
እግር
krūtinė
ጡት
ranka
ክንድ

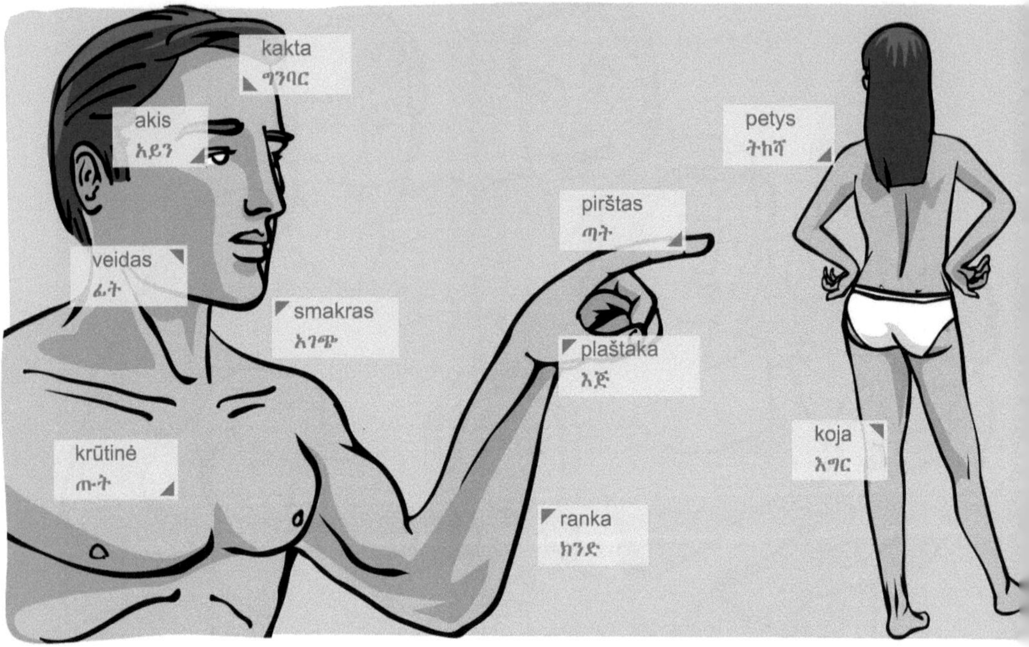

kūdikis

ህፃን

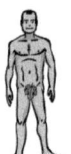

vyras

ሰዉ

moteris

ሴት

mergaitė

ልጃገረድ

berniukas

ወንድ ልጅ

galva

ራስ

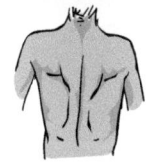

nugara

ጀርባ

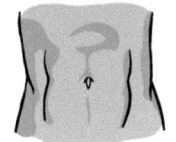

pilvas

ሆድ

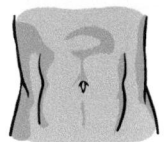

bamba

እምብርት

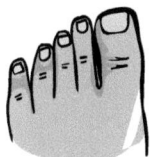

kojos pirštas

የእግር ጣት

kulnas

ተረከዝ

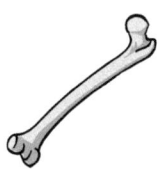

kaulas

አጥንት

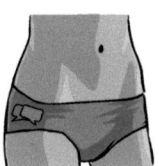

klubas

ዳሌ

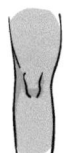

kelis

ጉልበት

alkūnė

ክርን

nosis

አፍንጫ

sėdmenys

ቂጥ

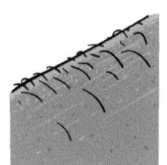

oda

ቆዳ

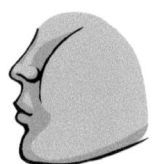

skruostas

ጉንጭ

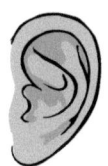

ausis

ጆሮ

lūpa

ከንፈር

burna

አፍ

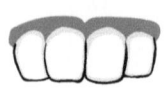

dantis

ጥርስ

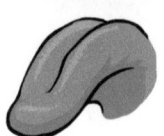

liežuvis

ምላስ

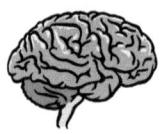

smegenys

አንጎል

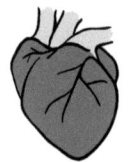

širdis

ልብ

raumuo

ጡንቻ

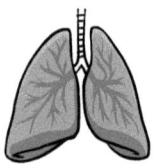

plaučiai

ሳምባ

kepenys

ጉበት

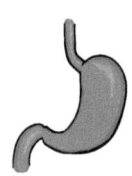

skrandis

ሆድ

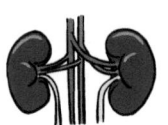

inkstai

ኩላሊቶች

seksas

የግብረስጋ ግንኙነት

prezervatyvas

ኮንዶም

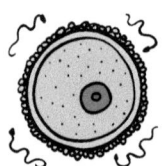

kiaušialąstė

የ ት እንቁላል

sperma

የዘር ፈሳሽ

nėštumas

እርግዝና

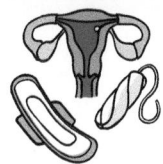

menstruacijos

የወር አበባ

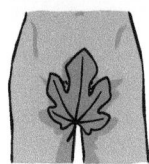

makštis

እምስ

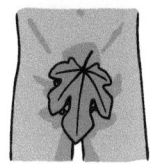

varpa

ቁላ

antakis

ቅንድብ

plaukai

ፀጉር

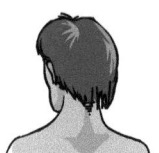

kaklas

አንገት

ligoninė

ሆስፒታል

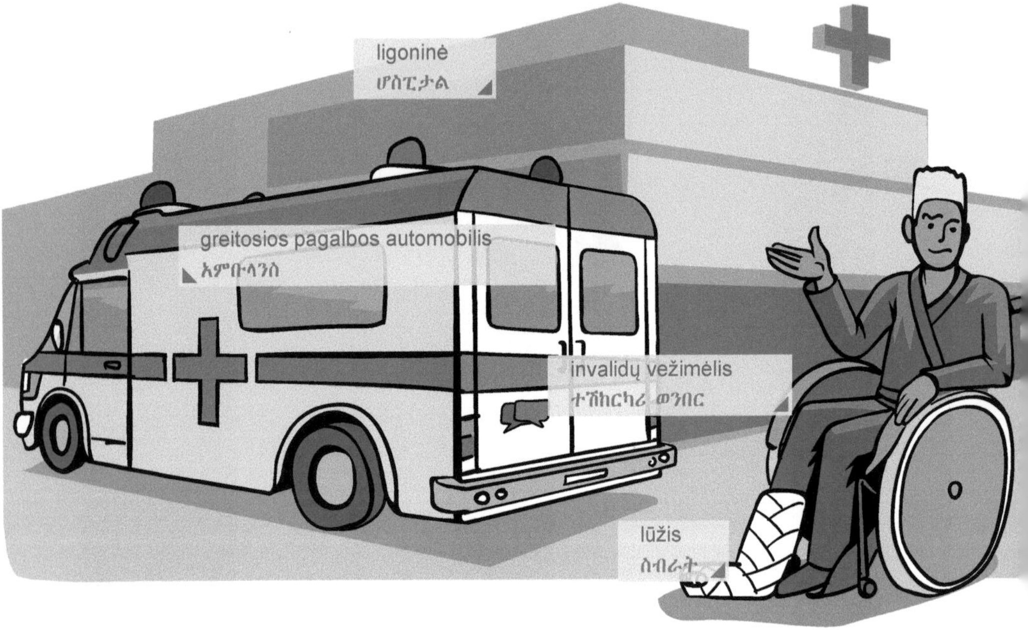

ligoninė
ሆስፒታል
greitosios pagalbos automobilis
አምቡላንስ
invalidų vežimėlis
ተሽከርካሪ ወንበር
lūžis
ስብራት

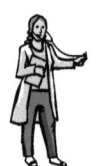

gydytojas

ዶክተር

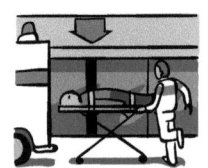

skubios pagalbos skyrius

ድንገተኛ ክፍል

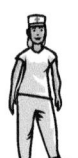

slaugytoja

ነርስ

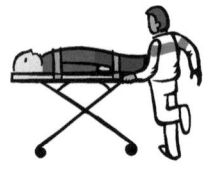

nelaimingas atsitikimas

ድንገተኛ

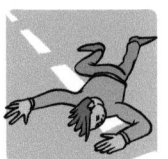

be sąmonės

ራስን መሳት/ አለማወቅ

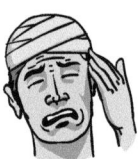

skausmas

ህመም

sužalojimas

ጉዳት

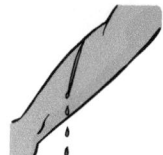

kraujavimas

መድማት

širdies smūgis

የልብ ድካም

insultas

ስትሮክ

alergija

አለርጂ

kosulys

ሳል

karščiavimas

ትኩሳት

gripas

ኢንፍሉዌንዛ

viduriavimas

ተቅማጥ

galvos skausmas

የራስ ምታት

vėžys

ካንሰር

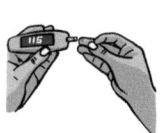

diabetas

የስኳር በሽታ

chirurgas

ቀዶ ጠጋኝ ሐኪም

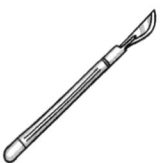

skalpelis

የቀዶ ጥገና ስለት

operacija

ቀዶ ጥገና

KT

ሲ.ቲ

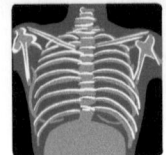

rentgenas

ኤክስሬዩ

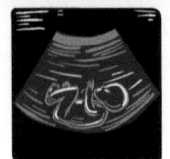

ultragarsas

አልትራሳዉንድ

veido kaukė

የፊት ጭምብል

liga

በሽታ

laukiamasis

መጠበቂያ ክፍል

ramentas

ምርኩዝ

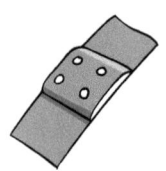

gipsas

የቁስል ማሸጊያ

tvarstis

ፋሻ

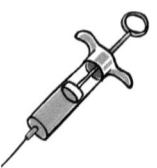

injekcija

መርፌ

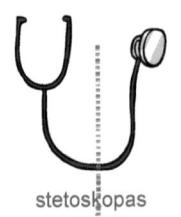

stetoskopas

የልብ ምት ማዳመጫ መሳሪያ

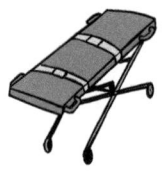

neštuvai

የበሽተኛ አልጋ

termometras

የህክምና ሙቀት መለኪያ መሳሪያ

gimimas

መውለድ

antsvoris

ከልክ ያለፈ ክብደት

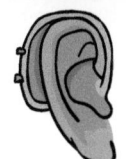

klausos aparatas

ለመስማት የሚረዳ መሳሪያ

dezinfekavimo priemonė

ፀረ ተባይ መድሀኒት

infekcija

ማመርቀዝ

virusas

ቫይረስ

ŽIV / AIDS

ኤች አይቪ ኤድስ

vaistas

ህክምና

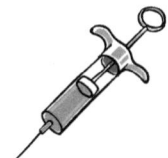

skiepijimas

ክትባት

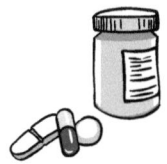

tabletės

ኪኒን

piliulė

ኪኒን

skubios pagalbos numeris

አስቸኳይ የስልክ ጥሪ

kraujospūdžio matuoklis

ደም ግፊት መቆጣጠሪያ

ligotas / sveikas

ህመም/ ጤንነት

nelaimingas atsitikimas

ድንገተኛ

Padėkite!

እርዳታ!

pavojaus signalas

ማንቂያ ደወል

užpuolimas

ጥቃት

ataka

ድብደባ

pavojus

አደጋ

avarinis išėjimas

የድንገተኛ መዉጫ

Gaisras!

እሳት!

gesintuvas

እሳት ማጥፊያ

nelaimingas atsitikimas

አደጋ

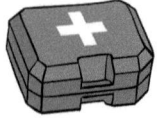

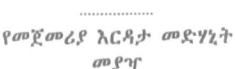

pirmosios pagalbos rinkinys

የመጀመሪያ እርዳታ መድሃኒት መያዣ

SOS

ነፍስ አድን

policija

ፖሊስ

Europa

....

አዉሮፓ

Šiaurės Amerika

....

ሰሜን አሜሪካ

Pietų Amerika

....

ደቡብ አሜሪካ

Afrika

....

አፍሪካ

Azija

....

እስያ

Australija

....

አዉስትራሊያ

Atlanto vandenynas

....

አትላንቲክ

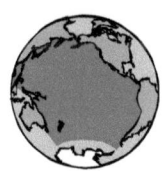

Ramusis vandenynas

....

ፓስፊክ

Indijos vandenynas

....

የህንድ ዉቅያኖስ

Pietų vandenynas

....

አንታርክቲክ ዉቅያኖስ

Arkties vandenynas

....

አርክቲክ ዉቅያኖስ

Šiaurės ašigalis

....

ሰሜን ዋልታ

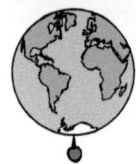

Pietų ašigalis

ደቡብ ዋልታ

Antarktida

አንታርክቲካ

Žemė

ምድር

sausuma

መሬት

jūra

ባህር

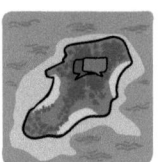

sala

ደሴት

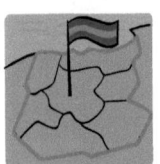

tauta

አገርና ህዝብ

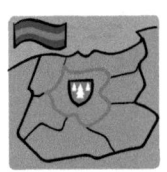

valstybė

መንግስት

laikrodis

ሰዓት

ciferblatas

የሰዓት ገፅታ

valandinė rodyklė

ሰዓት

minutinė rodyklė

ደቂቃ

sekundinė rodyklė

ሴኮንድ

Kiek valandų?

ስንት ሰዓት ነው?

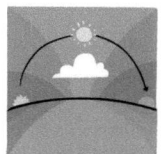

diena

ቀን

laikas

ጊዜ

dabar

አሁን

skaitmeninis laikrodis

የቁጥር ሰዐት

minutė

ደቂቃ

valanda

ሰዓታት

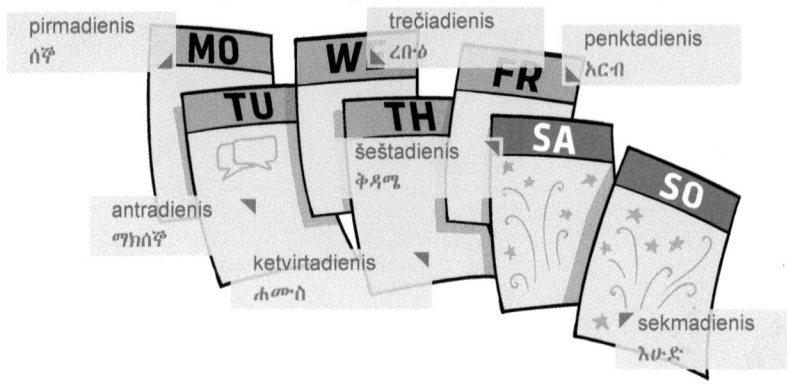

pirmadienis
ሰኞ

trečiadienis
ረቡዕ

penktadienis
ኣርብ

antradienis
ማክሰኞ

šeštadienis
ቅዳሜ

ketvirtadienis
ሐሙስ

sekmadienis
እሁድ

vakar

ትላንት

šiandien

ዛሬ

rytoj

ነገ

rytas

ማለዳ

vidurdienis

ቀትር

vakaras

ምሽት

MO	TU	WE	TH	FR	SA	SU
1	2	3	4	5	6	7
8	9	10	11	12	13	14
15	16	17	18	19	20	21
22	23	24	25	26	27	28
29	30	31	1	2	3	4

darbo dienos

የስራ ቀናት

MO	TU	WE	TH	FR	SA	SU
1	2	3	4	5	6	7
8	9	10	11	12	13	14
15	16	17	18	19	20	21
22	23	24	25	26	27	28
29	30	31	1	2	3	4

savaitgalis

የዕረፍት ቀናት

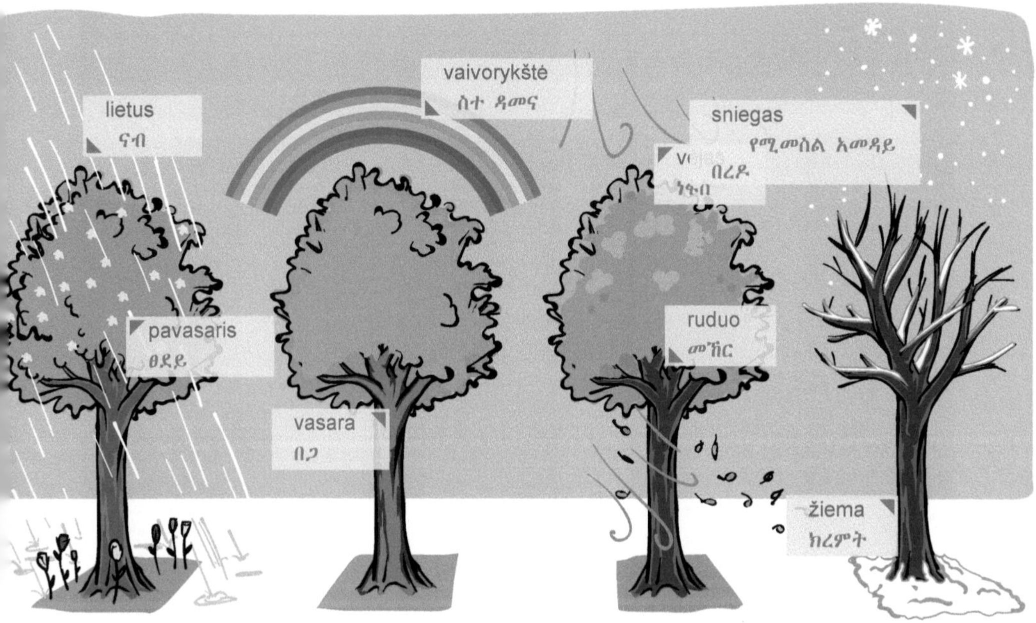

lietus
ናብ
vaivorykštė
ስተ ዳመና
sniegas
የሚመስል አመዳይ
v
በረዶ
ነፋበ
pavasaris
ፀደይ
vasara
በጋ
ruduo
መኸር
žiema
ክረምት

4.APRIL 11°
5.APRIL 4°
6.APRIL 13°
7.APRIL 8°
8.APRIL 10°

orų prognozė

የአየር ኔታ ትንበያ

F C
120 40
90 30
60 20
30 10
0 0
-30 -10
-20

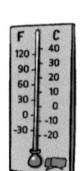

lauko termometras

የሙ ት መለኪያ

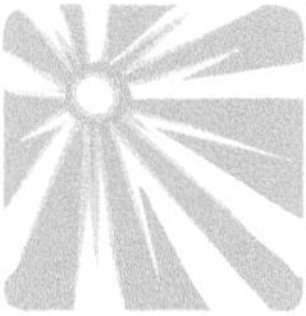

saulės šviesa

የፀሀይ ሙ ት

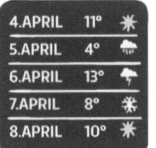

debesis

ደመና

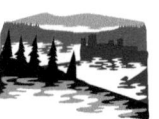

rūkas

ጭጋግ

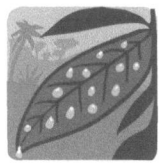

drėgmė

እር በታማነት

žaibas

መብረቅ

griaustinis

ነጎድጓድ

audra

አዉሎ ንፋስ

kruša

የበረዶ ዝናብ

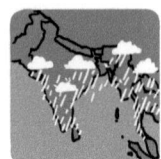

musonas

አዉሎ ንፋስ

potvynis

ጎርፍ

ledas

በረዶ

sausis

ጥር

vasaris

የካቲት

kovas

መጋቢት

balandis

ሚያዚያ

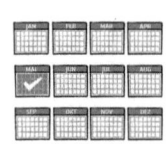

gegužė

ግንቦት

birželis

ሰኔ

liepa

ሐምሌ

rugpjūtis

ነሀሴ

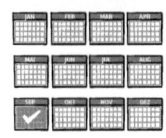

rugsėjis

መስከረም

spalis

ጥቅምት

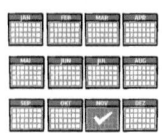

lapkritis

ህዳር

gruodis

ታህሳስ

formos

ቅርፆች

apskritimas

ክብ

kvadratas

አራት ማዕዘን

stačiakampis

አራት ቀጥተኛ ማዕዘኖች ጎኖች ያሉት ቅርፅ

trikampis

ሶስት ማዕዘን

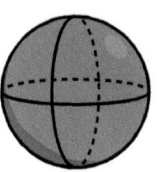

sfera

ሉል

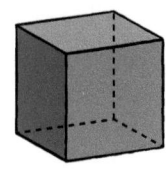

kubas

ስድስት ጎን ያለዉ ቅርፅ

spalvos
ቀለማት

balta

ነጭ

geltona

ቢጫ

oranžinė

ብርቱካናማ

rožinė

ሮዝ

raudona

ቀይ

violetinė

ወይን ጠጅ

mėlyna

ሰማያዊ

žalia

አረንጓዴ

ruda

ቡኒ

pilka

ግራጫ

juoda

ጥቁር

priešingos reikšmės žodžiai

ተቃራኒዎች

daug / mažai

ብዙ/ ጥቂት

piktas / ramus

ንዴት/ እርጋታ

gražus / bjaurus

ቆንጆ/ አስቀያሚ

pradžia / pabaiga

ጅማሬ/ ፍፃሜ

didelis / mažas

ትልቅ/ ትንሽ

šviesus / tamsus

ደማቅ/ ደብዛዛ

brolis / sesuo

ወንድም/ እህት

švarus / purvinas

ንፁህ/ ቆሻሻ

užbaigtas / neužbaigtas

የተሟላ/ ያልተሟላ

diena / naktis

ቀን/ ምሽት

miręs / gyvas

የሞተ/ ህያዉ

platus / siauras

ሰፊ/ ጠባብ

valgomas / nevalgomas

የሚበላ/ የማይበላ

piktas / malonus

ክፉ/ ደግ

linksmas / nuobodus

ደስተኛ/ ድብርተኛ

storas / plonas

ወፍራም/ ቀጭን

pirmiausia / paskiausia

መጀመርያ/ መጨረሻ

draugas / priešas

ጓደኛ/ ጠላት

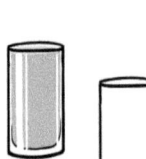

pilnas / tuščias

ሙሉ/ ጎዶሎ

kietas / minkštas

ጠንካራ/ ለስላሳ

sunkus / lengvas

ከባድ/ ቀላል

alkis / troškulys

ረሃብ/ ጥማት

ligotas / sveikas

ህመም/ ጤንነት

nelegalus / legalus

ህገወጥ/ ህጋዊ

protingas / kvailas

ጎበዝ/ ደደብ

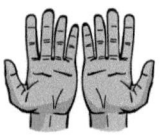

kairė / dešinė

ግራ/ ቀኝ

arti / toli

ቅርብ/ ሩቅ

naujas / naudotas

አዲስ/ አሮጌ

niekas / kažkas

ምንም/ የሆነ ነገር

senas / jaunas

ሽማግሌ/ ወጣት

įjungta / išjungta

የበራ/ የጠፋ

atidaryta / uždaryta

ክፍት/ ዝግ

tylus / garsus

ፀጥታ/ ጫጫታ

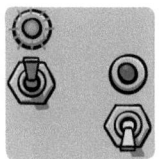

turtingas / vargšas

ሃብታም/ ደሃ

teisus / neteisus

ትክክለኛ/ የተሳሳተ

šiurkštus / švelnus

ሻካራ/ ለስላሳ

liūdnas / laimingas

ሐዘን/ ደስታ

trumpas / ilgas

አጭር/ ረዥም

lėtas / greitas

ዝግተኛ/ ፈጣን

drėgnas / sausas

እርጥብ/ ደረቅ

šiltas / šaltas

ሞቃት/ ቀዝቃዛ

karas / taika

ጦርነት/ ሰላም

skaičiai

ቁጥሮች

0

nulis

ዜሮ

1

vienas

አንድ

2

du

ሁለት

3

trys

ሶስት

4

keturi

አራት

5

penki

አምስት

6

šeši

ስድስት

7

septyni

ሰባት

8

aštuoni

ስምንት

9

devyni

ዘጠኝ

10

dešimt

አስር

11

vienuolika

አስራ አንድ

12

dvylika

አስራ ሁለት

13

trylika

አስራ ሶስት

14

keturiolika

አስራ አራት

15

penkiolika

አስራ አምስት

16

šešiolika

አስራ ስድስት

17

septyniolika

አስራ ሰባት

18

aštuoniolika

አስራ ሰስምንት

19

devyniolika

አስራ ዘጠኝ

20

dvidešimt

ሃያ

100

šimtas

መቶ

1.000

tūkstantis

ሽህ

1.000.000

milijonas

ሚሊዮን

kalbos

ቋንቋዎች

anglų

እንግሊዝኛ

amerikiečių anglų

የአሜሪካ እንግሊዝኛ

kinų (mandarinų)

የቻይና ማንዳሪን

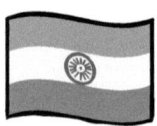

hindi

ሂንዱ

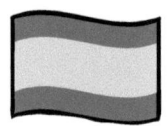

ispanų

ስፓኒሽ

prancūzų

ፍሬንች

arabų

አረብኛ

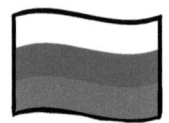

rusų

ራሺያኛ

portugalų

ፖርቹጊዝ

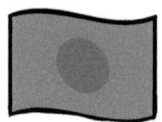

bengalų

ቤንጋሊ

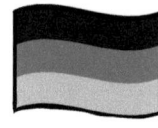

vokiečių

ጀርመን

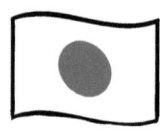

japonų

ጃፓንኛ

aš

እኔ

tu

አንተ

jis / ji

እሱ/ እርሷ/ እቃዉ

mes

እኛ

jūs

አንተ

jie

እነርሱ

kas?

ማን?

ką?

ምን?

kaip?

እንዴት?

kur?

የት?

kada?

መቼ?

vardas

ስም

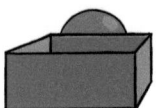

kur

የት

už

በስተጀርባ

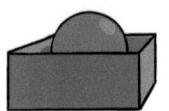

kur (vieta)

ዉስጥ

priešais

ከፊት ለፊት

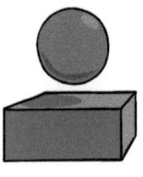

virš

ከላይ

ant

ላይ

po

ከስር

prie

አጠገብ

tarp

መሃከል

vieta

ቦታ